Sing 'n Learn
VIETNAMESE

HÁT VÀ HỌC TIẾNG VIỆT

Introduce Vietnamese with Favorite Children's Songs

By Nguyen Thi Hop and Selina Yoon
Illustrations by Nguyen Thi Hop and Nguyen Dong
Music arrangement by Quoc Toan
Sung by Kelly Vu and Tuyet Nhung

Special thanks to Ahn Nguyen, Richard Nguyen, Hong Trang
and Copeland Kapp for their contribution.

Published by Master Communications, P.O. Box 9096, Cincinnati, Ohio 45209-0096 U.S.A.
©1998 Master Communications, Inc. All rights reserved. No part of this book may be reproduced, stored, in a retrieval system, or transmitted in any form or by any means, electronic, mechanical, photocopying, recording or otherwise, without the prior permission of Master Communications.

Printed in the United States of America.
ISBN 1-888194-16-2 (Book and Cassette)
ISBN 1-888194-19-7 (Book and CD)
Library of Congress Catalog Card Number: 98-67364

Preface and Pronunciation Guide

The spoken Vietnamese language is linked to the Austro-Asiatic family. Vietnam's language reflects the distinct background and history of the Vietnamese people. The development of Vietnamese was influenced by these Asian languages: Cambodian, Thai and Chinese. While there are many dialects of Vietnamese, the three major ones are defined geographically -- Northern, Southern, and Central. Though they differ in pronunciation, they are for the most part mutually comprehensible.

The Vietnamese language is monosyllabic meaning that each word has only one sound. Much like Chinese, it is also a tonal language, whereby the meaning of a word is changed by inflection. While the Northern dialect has six tones, the Southern has five, and the Central uses only four. Because almost all Vietnamese songs are sung in the Northern dialect, songs in **Sing 'n Learn Vietnamese** are sung in six tones. The spoken language is quite melodic with its diverse pitches, making music a perfect tool to learn this melodic language.

Romanized Vietnamese is the official written language of Vietnam making it unique among other Asian languages. Catholic missionaries from Europe first introduced the roman alphabet in the 1600s which replaced the Chinese writing system. The tones that reflect meaning are indicated by diacritical marks. Therefore, learning tones is important to ensure proper meaning. For example, the word "ma" in Vietnamese can mean grave, horse or mother depending on the tone used, as seen on the opposite page.

As in English, the word order in Vietnamese is subject-verb-object. However, the structure of Vietnamese is not inflected. This means that nouns do not change form based on numbers, and verbs do not change with tense. (Inflection is one of the most difficult concepts for the students of English to grasp.)

Sing 'n Learn Vietnamese is the result of in-depth research and a collection of favorite children's songs from Vietnam, original songs and a few popular Western melodies which are designed to teach Vietnamese language and culture the fun way. Children and adults can enjoy the these singable and danceable songs.

There are 12 vowel letters in almost all Vietnamese dialects. The pronunciation of these vowels stay consistent. As for consonants, the pronunciation matches the songs (Northern dialect).

Vowels

Vietnamese	English Pronunciation
a	*ah* as in *wash*
ă	*ah* (rising tone)
â	*er* (rising tone)
e	*e* as in *egg*
ê	*ay* as in *may*
i	*ee* as in *meet*
o	*o* as in *more*
ô	*oh*
ơ	*er*
u	*oo* as in *boot*
ư	*ew* as in *new*
y	*ee* as in *meek*

Tonal Chart

Vowel tones are indicated by the diacritical marks.

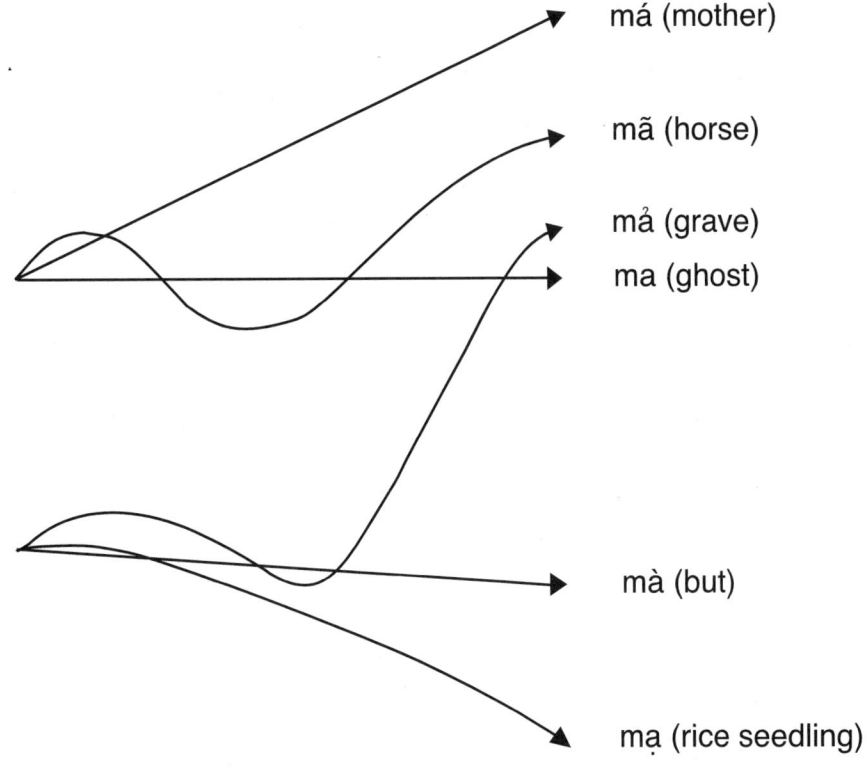

Consonants

Vietnamese	English Pronunciation	Example (English meaning)
b	*b*	ba *(dad)*
c	*k* as in **k**ettle	con cóc *(toad)*
ch	*ch* as in **ch**ain	chị *(sister)*
d	*z* as in **z**ebra	dậm *(stomp)*
đ	*d* as in **d**oor	đầu *(head)*
g	*g* as **g**o	gặp *(to see each other)*
gi	*zee*	già *(old)*
k	*k* as in **k**ettle	kem *(ice cream)*
l	*l*	lam *(royal blue)*
m	*m*	má *(mother)*
n	*n*	năm *(five)*
ng	*ng* as in si**ng**	ngồi *(to sit)*
nh	*ñ* or *nya*	nhà *(house)*
ph	*f* as in **f**un	phát *(to pass out)*
qu	*kw* as in **qu**een	quít *(tangerine)*
r	*z* as in **z**ebra	ra *(to come)*
s	*s*	sáu *(six)*
t	*t*	tay *(hand)*
tr	*ch* as in **ch**ain	trong *(in)*
v	*v*	vui *(happy)*
x	*s* as in **s**un	xa *(far)*

©1998 Master Communications, Inc.

KÌA CON BƯỚM VÀNG

Kìa con bướm vàng
Kìa con bướm vàng
Xòe đôi cánh
Xòe đôi cánh
Tung cánh bay lên trên trời
Tung cánh bay lên trên trời
Ta ngồi xem, ta ngồi xem

YELLOW BUTTERFLY

Here is the yellow butterfly,
Here is the yellow butterfly
Spreading her wings,
Spreading her wings
To fly up in the sky.
To fly up in the sky.
We sit and watch. We sit and watch.

XUÂN CA

Tang tang tang tình tang tính
Ta ca ta hát vang lên
Hát lên cho đời tươi thắm
Hát lên cho quên nhọc nhằn
Cùng nhau ta ca hát lên
Cho át tiếng chim trong rừng
Cho tiếng suối reo phải ngừng
Cho đời tươi thắm của ta... la la la

WELCOMING SPRING

Tang tang tang tinh tang tinh
We sing, we sing aloud
Let's sing for happiness
Let's sing to forget
our tiredness

Together we will sing
Louder than the birds,
Louder than the streams,
We sing for
our happy life... la la la

EM ĐẾM BƯỚC ĐẾN TRƯỜNG

Buổi sáng trời vừa lên
em đến bước đến trường
Một hai ba bốn năm

Ngàn hoa trong nắng
e ấp rất đẹp xinh
Sáu bảy tám chín mười

Em tung tăng
em đếm bước đến trường

WE COUNT OUR STEPS TO SCHOOL

A beautiful morning, the sun has risen.
We count our steps to school.
1, 2, 3, 4, 5...
See a thousand flowers in the sunshine.
How beautiful!
6, 7, 8, 9, 10...
We are jumping and
Counting our steps to school.

EM YÊU AI

Nếu hỏi rằng
em yêu ai
Thì em rằng
em yêu ba nè
Thì em rằng
em yêu má nè
Yêu bà yêu ông
Yêu hết cả nhà
Nhưng nhất là ba cơ

Nếu hỏi rằng
em yêu ai
Thì em rằng
em yêu ba nè
Thì em rằng
em yêu má nè
Yêu bà yêu ông
Yêu hết cả nhà
Nhưng nhất là má cơ

WHO DO YOU LOVE?

If you ask me
who do I love?
Then my answer is
I love my dad.
Then my answer is
I love my mom.
I love my grandma and grandpa
I love my whole family.
... But I love my dad the most.

If you ask me
who do I love?
Then my answer is
I love my dad.
Then my answer is
I love my mom
I love my grandma and grandpa
I love my whole family.
... But I love my mom the most.

Nếu hỏi rằng
em yêu ai
Thì em rằng
em yêu anh nè
Thì em rằng
em yêu chị nè
Yêu thầy yêu cô
Yêu hết cả nhà
Nhưng nhất là anh cơ

Nếu hỏi rằng
em yêu ai
Thì em rằng
em yêu anh nè
Thì em rằng
em yêu chị nè
Yêu thầy yêu cô
Yêu hết cả nhà
Nhưng nhất là chị cơ

If you ask me
who do I love?
Then my answer is
I love my brother.
Then my answer is
I love my sister.
I love my teachers.
I love my whole family.
... But I love my brother the most.

If you ask me
who do I love?
Then my answer is
I love my brother.
Then my answer is
I love my sister.
I love my teachers.
I love my whole family.
... But I love my sister the most.

EM RỬA CÁI MẶT

Này là việc làm
em rửa cái mặt,
rửa cái mặt, rửa cái mặt,
Này là việc làm
em rửa cái mặt,
sáng thức dậy... làm đi em!

Này là việc làm
em đánh răng hàm,
đánh răng hàm, đánh răng hàm,
Này là việc làm
em đánh răng hàm,
sáng thức dậy... làm đi em!

Này là việc làm em chải tóc thề,
chải tóc thề, chải tóc thề,
Này là việc làm em chải tóc thề,
sáng thức dậy... làm đi em!

THIS IS THE WAY WE WASH OUR FACE

This is the way we wash our face,
wash our face, wash our face,
This is the way we wash our face,
early in the morning.

This is the way we brush our teeth,
brush our teeth, brush our teeth,
This is the way we brush our teeth,
early in the morning.

This is the way we comb our hair,
comb our hair, comb our hair,
This is the way we comb our hair,
early in the morning.

NẾU BẠN VUI

Nào cùng nhau vui lên
vui lên ta vỗ hai tay
Nào cùng nhau vui lên
vui lên ta vỗ hai tay
Nào ta hãy vui vẻ chuyện trò
Hãy hát vang: Ha! Ha! Ha!
Hãy hát lên
Nếu ta vui ta vỗ hai tay

IF YOU ARE HAPPY

If you are happy,
clap your hands (clap clap)
If you are happy,
clap your hands (clap clap)
If you are happy,
you will be sure
to laugh ha ha
If you are happy,
clap your hands (clap clap)

Nào cùng nhau vui lên
vui lên ta dậm hai chân
Nào cùng nhau vui lên
vui lên ta dậm hai chân
Nào ta hãy vui vẻ chuyện trò
Hãy hát vang: Ha! Ha! Ha!
Hãy hát lên
Nếu ta vui ta dậm hai chân

Nào cùng nhau vui lên
vui lên ta la hooray
Nào cùng nhau vui lên
vui lên ta la hooray
Nào ta hãy vui vẻ chuyện trò
Hãy hát vang: Ha! Ha! Ha!
Hãy hát lên
Nếu ta vui ta la hooray

If you are happy,
stomp your feet
(stomp stomp)
If you are happy,
stomp your feet
(stomp stomp)
If you are happy,
you will be sure
to laugh ha ha
If you are happy,
stomp your feet
(stomp stomp)

If you are happy, shout hooray
(hooray hooray)
If you are happy, shout hooray
(hooray hooray)
If you are happy, you will be sure
to laugh ha ha
If you are happy, shout hooray
(hooray hooray)

CON MÈO TRÈO CÂY CAU

Meo meo
con mèo
Mà đang leo
leo trèo
Để lên xem chú chuột đâu
Nó lên xem chú chuột nào
Mà lên cây nó leo trèo
Nó lên xem chú chuột đâu

Con mèo mà trèo cây cau
Hỏi thăm chú chuột, chú chuột
Chú đi đâu vắng nhà
Chú chuột đi chợ đường xa
Mua mắm mua muối về giỗ cha chú mèo

THE CAT WHO CLIMB THE BETEL TREE

Meow meow the cat
Who is climbing, climbing
To see where the mouse is
And to see which mouse it is?
Who dares to climb his tree
To see where the mouse is?

The cat who climbs
the betel tree
Looking for the mouse,
the mouse
Where is the mouse?
The mouse went
to the market
To buy food and incense
to pray for the cat's father.

CON CÓC

Ra mà xem cái gì nó ngồi trong góc
Nó đưa cái lưng ra ngoài
Đó là con cóc
Con cóc nó ngồi trong góc
Nó đưa cái lưng ra ngoài
Đó là cóc con

MR. TOAD

Come and see who is sitting in the cave.
He shows his back to us.
That is Mr. Toad.
Mr. Toad is sitting in the cave.
He shows his back to us.
It's a baby toad.

CÁI NHÀ

Cái nhà là nhà của ta
Công khó ông cha lập ra
Cháu con phải gìn giữ lấy
Muôn năm với nước non nhà

OUR HOUSE

This is our house.
Our ancestors built it.
We must treasure it
And keep it forever.

CHÚ CUỘI

Bóng trăng trắng ngà
Có cây đa to
Có thằng Cuội già
Ôm một giấc mơ
Lặng yên ta nói Cuội nghe
Ở cung trăng mãi làm chi

Bóng trăng trắng ngà
Có cây đa to
Có thằng Cuội già
Ôm một giấc mơ

MR. CUOI

White, magical moon
With a large banyan tree
And old Mr. Cuoi,
Full of dreams.
Listen to me, Mr. Cuoi...
Why are you staying on the
moon forever?

White, magical moon
With a large banyan tree
And old Mr. Cuoi,
Full of dreams.

RƯỚC ĐÈN THÁNG TÁM

Tết Trung Thu rước đèn đi chơi
Em rước đèn đi khắp phố phường
Lòng vui sướng với đèn trong tay
Em múa ca trong ánh trăng rằm

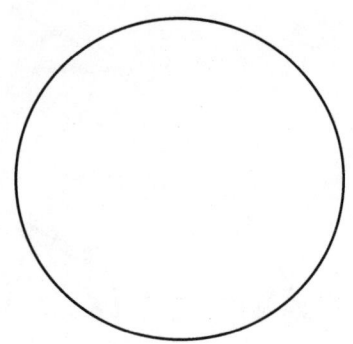

MOON FESTIVAL

Moon Festival, we celebrate
We carry the lanterns all over town.
We are happy with our lanterns.
We sing and dance under
the full autumn moon.

Đèn ông sao với đèn cá trắng
Đèn thiên nga với đèn bướm bướm
Em rước đèn này đến cung trăng
Đèn xanh lơ với đèn tím tím
Đèn xanh lam với đèn trắng trắng
Trong ánh đèn rực rỡ muôn màu

Star lanterns and Fish lanterns,
Swan lanterns and Butterfly lanterns,
We go all the way to the moon.
Blue lanterns and purple lanterns,
Green lanterns and white lanterns,
Our lanterns have many colors.

EM NGẮM MÌNH TRONG GƯƠNG

Em ngắm mình
trong gương
ôi cha sao đẹp quá
đôi tay với
đôi bàn chân
Đầu tóc nè
đôi tai đó
miệng môi nè
mắt mũi đó
cái gì cũng thật là xinh

I SEE MYSELF IN THE MIRROR

I see myself in the mirror.
Wow! So beautiful.
Two hands,
Two feet,
Head and hair.
Two ears,
Mouth and lips,
Eyes and nose.
All of them are beautiful.

NÀO VỀ ĐÂY

Nào về đây ta họp mặt cùng nhau
Cuộc đời vui thú có lúc này thảnh thơi
Anh với tôi ta cùng sống chung trong cuộc đời
Rồi mai này chúng ta lại gặp nhau

COME TOGETHER

We come here to meet each other.
Our lives are happy but busy.
You and I live in harmony
Knowing we will see each other again.

NGÔI SAO BÉ TÍ

Nhìn kìa ngôi sao bé tí teo,
Mới thấy đây ngươi đi đâu rồi?
Bay bổng trên địa cầu cao vời,
Giống ánh kim cương trên khung trời,
Nhìn kìa ngôi sao bé tí teo,
Mới thấy đây ngươi đi đâu rồi?

TWINKLE, TWINKLE, LITTLE STAR

Twinkle, twinkle, little star,
How I wonder who you are?
Up above the sky so high,
like a diamond in the sky
Twinkle, twinkle, little star,
How I wonder who you are?

ENGLISH-VIETNAMESE GLOSSARY

above	trên
bird	chim
blue	xanh
brush (to)	chải
build (to)	lập
butterfly	bướm
cat	mèo
clap (to)	vỗ
comb (to)	chải
dance (to)	nhảy múa
dream	giấc mơ
ear	tai
eye	mắt
face	mặt
family	gia đình
father	cha/ba
feet	chân
fish	cá
friend	bạn
grandmother	bà nội/ngoại
grandfather	ông nội/ngoại
green	xanh lá cây
hair	tóc
hand	tay
happy	vui
head	đầu
house	nhà
knee	đầu gối
lantern	đèn
large	rộng, lớn
laugh (to)	cười
little	nhỏ
love (to)	yêu
market	chợ
moon festival	tết trung thu
morning	buổi sáng
mother	má/mẹ
mouse	chuột
mouth	miệng
nose	mũi
purple	tím
shoulder	vai
sing (to)	hát
sit (to)	ngồi
sky	trời
spring	mùa xuân
star	ngôi sao
stomp (to)	dậm
swan	thiên nga
teeth	răng
toad	con cóc
toe	ngón chân
tree	cây cối
up	lên
wash (to)	rửa
watch (to)	xem
white	trắng
wing	cánh
yellow	vàng

Greeting

Hello Mr.	Chào ông
Hello Mrs	Chào bà
Hello Ms	Chào cô
Hello	Xin Chào
See you again	Sẽ gặp lại
Goodbye	Chào tạm biệt
Thank you	Cám ơn ông/bà
You're welcome	Không có chi
My name is...	Tên tôi là...

Numbers

one	một
two	hai
three	ba
four	bốn
five	năm
six	sáu
seven	bảy
eight	tám
nine	chín
ten	mười
twenty	hai mươi
one hundred	một trăm

Animals

cat	mèo
mouse	chuột
dog	chó
cow	bò
monkey	khỉ
toad	cóc
fish	cá
snake	rắn

Family

mother	mẹ/má
father	cha/ba
younger sister	em gái
younger brother	em trai
older sister	chị
older brother	anh
grandmother	bà nội/ngoại i
grandfather	ông nội/ngoạ
teacher (male)	thầy giáo
teacher (female)	cô giáo
friend	bạn

Colors

white	trắng
red	đỏ
yellow	vàng
blue	xanh
purple	tím
green	xanh lá cây
black	đen
orange	cam

Body Parts

head	đầu
shoulder	vai
knee	đầu gối
hand	tay
finger	ngón tay
eye	mắt
ear	tai
nose	mũi
mouth	miệng
foot	chân
face	mặt

Seasons

spring	mùa xuân
summer	mùa hạ/hè
fall	mùa thu
winter	mùa đông

INSTRUCTIONAL GUIDES

Introduction — Sing & Learn Vietnamese introduces the language in the context of many popular fun tunes so that children can focus on learning new words and concepts. The songs are specially chosen to cover important basic concepts such as family, numbers, colors, action verbs, body parts, animals, and friendship. Each lyric is written in Vietnamese and English. Authentic illustrations help you to learn about the Vietnamese culture. For example, the clothing worn in the illustrations is called áo dải which means "long dress". It is perfect for Vietnam's warm and humid weather and has a distinctive style for men and women. The illustrations also show a typical Vietnamese house, trees, school and festivals. With this activity guide, you can use the songs and books not only for language learning but also for culture and history.

1. Yellow Butterfly   *Page 4*

One of the most popular children's songs in Vietnam. Students can alternate playing the parts of the butterfly and flowers.

2. Welcoming Spring   *Page 5*

A popular Vietnamese song teaches about the various seasons and activities that occur in each. This is a happy, uplifting song.

3. We Count Our Steps to School   *Page 6*

An original song by lyricist Hong Trang. In Vietnam children usually walk to the school. This song helps to learn numbers.

4. Who Do You Love?   *Page 8*

Practice learning family members.
Use role-playing techniques in asking children who they love.

5. This is the Way   *Page 10*

Substitute actions with other activities relating to children's lives by asking "What do you do early in the morning?".
Children could act out what they are singing.
The repetitive patterns in this song help children learn the song and practice the language easily.

6. If You are Happy   *Page 12*

This song enhances young children's listening skills by following the directions in the song.
Replace the movement with other actions.
Ask children what they would do when they are happy and sing out their answers.

7. The Cat Who Climbed the Betel Tree   *Page 14*

Act out the song using the children as the cat and mouse.
You can play a hide-and-seek game with this song.

8. Mr. Toad   *Page 15*

This cute song is very popular in Vietnam. Replace "toad" with other animals.

9. Our House   *Page 16*

A popular Vietnamese song. Point out the typical Vietnamese house in the illustration. Note the grass roof and openness of the house.
Use as the basis for a discussion of different houses around the world.

10. Mr. Cuoi   *Page 17*

Many cultures have a story to explain the mystery and shadows of the moon. The Vietnamese use Mr. Cuoi sitting under a tree to explain this.

11. Moon Festival   *Page 18*

A popular song during the Moon Festival. Introduce the Moon Festival and its activities to children.
You can also have a discussion on what kind of lanterns children would like and then have them make their own lanterns.
This song helps to learn colors in a meaningful way. This can be a good opportunity to practice different animals and various colored flowers.

12. I See Myself in the Mirror   *Page 20*

An original song by lyricist Hong Trang.
This song is great for gross motor skill development.
Helps children with body parts in Vietnamese.
Follow the song by pointing at the head, eyes, ears, & feet with both hands.
Point at the illustrations of the song to help children become familiar.

13. Come Together   *Page 21*

This popular Vietnamese song is great for discussing the importance of friendships.

14. Twinkle, Twinkle, Little Star   *Page 22*

Use finger movement to simulate the twinkles.